MY CHILDHOOD ENDE KUTTIKKAALAM

എന്റെ കുട്ടിക്കാലം

Nafeesa. k.p

First Published in December 2022

ISBN: 978-93-5628-745-7

BLUEROSE PUBLISHERS

www.BlueRoseONE.com

info@bluerosepublishers.com

+91 8882 898 898

Cover Design:

Aman Sharma

Distributed by: BlueRose, Amazon, Flipkart

ഉമ്മച്ചിയുംവാപ്പിച്ചിയും പിന്നെ ഉമ്മച്ചിയുടെ
ഉമ്മയും വാപ്പയും

ഉമ്മക്കും വാപ്പക്കും ഒന്നുംതന്നെ ചെയ്യാൻ
എനിക്ക് പറ്റിയില്ല.
ഇത്രയുംസ്നേഹിച്ചുവളർത്തിയ

അവർക്ക്വേ ി

ഉലറശരമശേീ

ഉമ്മച്ചിയുംവാപ്പിച്ചിയും പിന്നെ ഉമ്മച്ചിയുടെ ഉമ്മയും വാപ്പയും

ഉമ്മക്കും വാപ്പക്കും ഒന്നുംതന്നെ ചെയ്യാൻ എനിക്ക് പറ്റിയില്ല.
ഇത്രയുംസ്നേഹിച്ചുവളർത്തിയ

അവർക്ക്വേ ി

കോഴിക്കോട്ജില്ലയിലെ പുത്തൂർ എന്ന കൊച്ചു ഗ്രാമത്തിലാണ് ഞാൻ ജനിച്ചതുംവളർന്നതും. മൊയ്തീൻകോയ എന്നവരുടെയും ആമിന എന്ന വരുടെയുംമകൾ. എന്റെ പേര് നഫീസ. ഞാൻ പഠിച്ചത് പുത്തൂർ യുപി. സ്കൂളിൽ.
അതിന്റെമറ്റൊരു ഭാഗത്ത്മദ്റസയും. റോഡിൽ നിന്ന്കുറച്ച്ഉള്ളിലായിട്ടായിരുന്നുഎന്റെവീട്.
രാവിലെമദ്രസയിൽ പോകുമ്പോൾ സ്കൂളിലെവസ്ത്രങ്ങൾ എന്റെകൂട്ടു കാരിയുടെവീട്ടിൽവെച്ച് മദ്രസയിൽ പോകും മദ്രസവിട്ട്സ്കൂളിലേക്ക്ഓടിപ്പോകും. ആ കൂട്ടുകാരിയുടെ പേര് പാത്തുഎന്നായിരുന്നു.
ഓർമ്മകളിൽ തങ്ങിനിൽക്കുന്ന ഒരു നാടൻ സംസ്കാരത്തിന്റെ മിശ്രതങ്ങളുള്ള ഒരു ഗ്രാമമായിരുന്നുഎന്റേത്.കാലം മാറി കഥയും മാറി ...എന്റെ ബാല്യകാലത്തി□ നിന്നെത്ര മാറിയിരിക്കുന്നു എല്ലാം .ഈ തലമുറക്ക്അന്യമായ പല നല്ലഅനുഭവങ്ങളും ഉള്ള ഒരു കുട്ടിക്കാലമായിരുന്നു . .കാലവും മാറിവന്ന പല സംസ്കാരങ്ങളുംകണ്ടറിഞ്ഞ

അനുഭവങ്ങളി� നിന്ന്തിരിഞ്ഞു നോക്കുമ്പോ� അന്ന് ജനിച്ചത്ഒരു ഭാഗ്യമായികാണുന്നവളാണ് ഞാ� .ഇന്നത്തെ ആ�ഭാടങ്ങളും പത്രാസുകളും ഒന്നും അന്നിലായിരുന്നെങ്കിലും അന്നത്തെകാലംതന്നെ നല്ലകാലം .ആ നല്ലകാലത്തിന്ടെ അനുഭവങ്ങ�ഒന്നയവിറക്കിയപ്പോ� എല്ലാം ഒന്ന് കുറിച്ചിടാനായി ഒരു ശ്രമം നടത്തി നോക്കിയതാ ..ഒരു കൗതുകത്തിനു അത് നിങ്ങക്കായി സമ�പ്പിച്ചാലെന്തായാണെന്ന ഒരു തോന്നലി� ഈ കുറിപ്പുക� ഞാ� ഇവിടെ നിങ്ങളുടെ അറിവിലേക്കായി തുറന്നു വെക്കുന്നു .വായിച്ചുനല്ല അഭിപ്രായങ്ങ�പറയുക .ഈ കാലത്തിന്റെകെടുതികളി� നിന്ന് മോചനം നേടാ� സ�വ കാരുണ്യകനോട് പ്രാ�ത്ഥിക്കുക ..പ്രാ�ത്ഥനകളി� എന്നെയും ഉ�പെടുത്തുക ..ഇനിയും നല്ല കാലങ്ങളുംഅനുഭവങ്ങളും എല്ലാവര്ക്കുംഈ ഭൂമിയി�പരമ കാരുണ്യക� ചൊരിയുമാറാകട്ടെ..

പിന്നെ ഗ്രാമത്തിൽഎല്ലാമതത്തിൽപെട്ട ആളുകളും ഉ ായിരുന്നു. നാലുകെട്ട്ഇല്ലം പാണർ, പറയർ, ആശാരിമാർ, കൊല്ലൻ, തട്ടാൻ പിന്നെ താഴെകിടയിലുള്ളആളുകൾ. അവരൊടെ ഒക്കെ സംസ്കാരങ്ങൾ കുറച്ച് ഒക്കെ എനിക്ക്അറിയാമായിരുന്നു. ജാതിയിലുംമതത്തിലുംഒന്നുംവേർതിരിച്ച്ആരെയുംകാണാറില്ലായിരുന്നു. .എന്നോടുംആരുംഒന്നുംകാണിക്കാറില്ല, ഞാൻ സ്കൂളിൽ പഠിച്ചിരുന്ന കാലത്ത് നെഹ്റുഇന്ത്യ ഭരിച്ചിരുന്നു. നെഹ്റു ഭരിക്കുന്ന ഇന്ത്യയിൽ ജനിച്ചത് ഒരു ഭാഗ്യമായിട്ടായിരുന്നുഎന്റെ കണക്കുകൂട്ടൽ. അന്നുമുതൽകോൺഗ്രസ്സും പിന്നെ ഇന്ദിരഗാന്ധിയുംവന്നു. അങ്ങനെ ഞാനുംകോൺഗ്രസ്സിൽസ്ഥാനം പിടിച്ചു.
എന്റെടീച്ചർമാരുംമറ്റുംകോൺഗ്രസ്സുകാരായിരുന്നു.

എന്റെവാപ്പിച്ചിയുടെപേര്മൊയ്ദീ�കോയ.വളരെക�ക്കശസ്വഭാവംകുട്ടികളോട്കാണിക്കുമെങ്കിലുംവളരെ സൗമ്യ
ഭാവത്തോടെ,പുഞ്ചിരിയോടെമറ്റുള്ളവരോട്പെരുമാറുന്നഒരുവ്യക്തയായിരുന്നു.ജീവിതത്തി�
വലിയചിട്ടക�പാലിച്ച ഒരുവ്യക്തിയായിരുന്നു .ഒരുപാട് കൃഷിപ്പണികളൊക്കെ ചെയ്യുമായിരുന്നു .സുബ്ഹിക്ക് കൈക്കോട്ടുംഎടുത്ത്പറമ്പത്ത്കുറെപണികളൊക്കെ
ചെയ്യും.കപ്പയുംകുരുമുളകുംഒക്കെകുറെഉണ്ടാക്കുമായിരുന്നു.എന്നിട്ട്കുളിച്ച,വെള്ളവസ്ത്രങ്ങളുംഅണിഞ്ഞുപോകുന്നത്കാണാ�നല്ലചേലായിരുന്നു.ഒരുകോ�ഗ്രസ്ഭക്തനായത്കൊണ്ട്കകരുണാകരന്റെചായയുണ്ടെന്ന്എല്ലാവരുംപറയുമായിരുന്നു.വെളുക്കെയുള്ളആ ചിരിഇപ്പോഴുംഓ�മയി�.പി�ക്കാലത്തുസവാപ്പിച്ചിയോടുതന്നെയായിരുന്നുഎനിക്ക്അടുപ്പം.

പിന്നെ വാപ്പിച്ചിയുംകോൺഗ്രസ്സുകാരൻ തന്നെയായിരുന്നു. വാപ്പിച്ചിഗാന്ധി ജിയെനേരിൽകണ്ടിട്ടുണ്ടത്രെ. വാപ്പിച്ചി പട്ടാള ത്തിലുംസായിപ്പ്മ്മാരുടെ ഒക്കെ കൂടെയായി രുന്നുവത്രെ. ഹിന്ദി പറഞ്ഞുകൊടു ക്കുകയുംപട്ടാളക്കാരുടെയുംസായിപ്പുമാരുടെയും കഥ കളുംമറ്റുള്ളവർക്ക് പറഞ്ഞുകൊടുക്കു കയുംചെയ്യുമായിരുന്നു.. ഞങ്ങ ളോടുംപട്ടാളച്ചിട്ടതന്നെയായിരുന്നു.ആവശ്യങ്ങൾ മാത്രമേ ഞങ്ങളോട്സംസാരിക്കുമായിരുന്നുള്ളു. ഉമ്മ ച്ചിയുംവാപ്പിച്ചിയും പിന്നെ ഉമ്മച്ചിയുടെ ഉമ്മയും വാപ്പയുംഅവർ ഞങ്ങളെ കൂടെതന്നെ എന്നുപ റയാം.അവർ ര ുപേരുമായിരുന്നു എനിക്കു കഥ കളുംചരിത്രങ്ങളും ഒക്കെ പറഞ്ഞുതരിക. വാപ്പി ച്ചിയുടെതറവാട്ടിൽഅവിടെആഴ്ചയിൽഒരിക്കൽ പോകും. വാപ്പിച്ചിയുടെവാപ്പയെഞാ ക ിട്ടില്ല. അവർക്കുംകൂടി ഞാൻ എന്റെപ്രാർത്ഥനയിൽ ഉൾപ്പെടുത്തി പ്രാർത്ഥിക്കാറു ്.
പുത്തൂർയു.പി.സ്കൂൾ,എന്റെസ്കൂളിന്റെഅടുത്ത് പൂവ്വത്തിങ്ങൽ തറവാട്. അവിടെകൊല്ല ത്തിൽകൊയ്ത്ത്കഴിയുന്ന സമയത്ത്വീണ പാടുന്ന ആളുകൾ വരും. വീണവായിക്കുകയും പാടുകയുംചെയ്യും. അവിടത്തെ അമ്മ ഒരു ഇട ങ്ങഴി നെല്ല്അളന്ന്മറ്റൊരു പാത്രത്തിൽഇട്ടുകൊടു ക്കും. അത്അവർകൊല്ലത്തിൽകൊയ്ത്ത്കഴിഞ്ഞു വരുന്ന സമയത്തെ ഒരു അവകാശമാണത്രെ. വലിയമുററംതേച്ച് മിനിക്കിയമുററത്തിൽ നിറയെ നെല്ല്ഉണക്കാൻ ഇട്ടതുകാണാൻ രസംവേറെതന്നെ യായിരുന്നു. പിന്നെ കല്ലുവീട്ടിൽതറ വാട്,അവിടെകൊല്ലത്തിൽമീന മാസം 20–ാം തിയ്യതി ഒരു തിറയു ായിരിക്കും. കൊല്ലത്തിൽ ഒരു ദിവസം ഞങ്ങൾ വളയുംമാലയുംമററുസാധ നങ്ങളും ഒക്കെ വാങ്ങുകഅന്നാണ്.

പിന്നെ കരിമ്പല്ലിക്കൊട്ടയിൽ നിന്ന് ഒരു കാരണ വർതിറആടിഎഴുന്നള്ളിക്കൊ ്മുററത്തെ അമ്പല ത്തിലേക്ക് പോകും. അത്വൈകുന്നേരമായിരി ക്കും ഉണ്ടാവുക.അടുത്ത പറമ്പിൽ നിന്ന് ആ വരവുംകുറച്ചൊക്കെ കാണാം. ക ുകഴിഞ്ഞ് ഞങ്ങൾ പോകും. പിന്നെ രാവിലെവഴിയിൽ കച്ച വടക്കാർ ഉ ായിരിക്കും. വാപ്പ ഞങ്ങ ളെയുംഅതിന് കൊ ുപോകും. വളയുംമാലയുംമിഠായികളും ഒക്കെ വാങ്ങും.

അന്നത്തെ ചോക്കുമിഠായി യുടെരുചിഒന്നുവേറെതന്നെയായിരുന്നു. അന്നത്തെ രുചിയുള്ളമിഠായികളുംപൊരിയും ഒക്കെ വാങ്ങിതിരിച്ചുപോരും. വാപ്പ ഒരു ചായയുംമററുംവാങ്ങിതരും. കട യിലെചായഎന്നുംപോയികുടിക്കാറില്ലല്ലോ. അന്നത്തെ ആ ഒരു ദിവസംഞങ്ങൾക്ക് ഒരു ദിവസംതന്നെയായിരുന്നു. പിന്നെ പിറെറവർഷത്തെ തിറ വരുന്നതുംകാത്തിരിക്കും. പിന്നെ ഞങ്ങളുടെവീട്ടിൽ നിന്ന്ഇറങ്ങി വരുന്ന വഴിയിൽആണ് കരിമ്പല്ലിക്കോട്ട.കോട്ടയുടെ ഇട യിൽതോട്, ആ തോട്ടിലാണ് ഞങ്ങൾ കുളിക്കാൻ പോകുവ. കല്ലുവീട്ടിലെ തമ്പ്രാട്ടിമാർക്ക് കുളി ക്കാൻ മാത്രംവീട് ഇറങ്ങിവരുന്നിടത്ത്കുളംഉ ്. അതിൽഅവർമാത്രമേകുളിക്കാറുള്ളൂ.

കോട്ടയിൽ നിന്ന്ഇടവഴിയിലേക്ക് പാലപ്പൂവീഴുമാ യിരുന്നു. ഞാനും എന്റെകൂട്ടുകാരിയുംകൂടെദിവ സവും ആ പൂക്കൾകൊ ുവന്നുമാലകോർക്കുമാ യിരുന്നു. ഒരു ദിവസം വാപ്പ ഒരു പാളയിൽകുറച്ച് പൂക്കളുമായി വരുന്നതുകണ്ടു.ഇത് ഒക്കെ എനിക്ക് കരിമ്പല്ലിഅമ്മ കോട്ടയിൽനിന്ന് പുറത്തേക്ക് കൊ ുതന്നതാണ്. അവർഎന്നോട് പറഞ്ഞത് ഇനി ആ കുട്ടികളെ പൂ പെറുക്കാൻ ഇവി

ടേക്ക്വിടരുതെന്നാ. ഒരു പച്ച ചേലയുംഉടുത്ത്കൊ ാ അമ്മ പുറത്തേക്ക് വന്നത്എന്നും. എത്രയോകാലം ഞാൻ അതുവിശ്വസിച്ചു. പാലത്തിപ്പൂത്താൽ പാമ്പിന് ഓണംഎന്നാണല്ലോ. പിന്നെ അവിടെത്തെ പ്രേതത്തെയുംഅവിടങ്ങളിൽ പേടിയായിരുന്നു .കോട്ടയുടെഉള്ളിലേക്ക്

മററുജാതിക്കാർക്ക്ഒന്നുംപോകാൻ പാടില്ലായിരുന്നു.ഇന്നുംവിളക്ക്കത്തിക്കുംചെറുതായികോട്ടയുംഅവിടെഉ ്. തിറയും ഉ ാവാറു ്.

പിന്നെ പറയരെവീട്ടിൽവിഷുകഴിഞ്ഞ്മൂന്ന്ദിവസംതിറ ഉ ായിരിക്കും. അത് പകൽ സമയങ്ങളിൽആണ്. ഞാനും എന്റെകൂട്ടുകാരിയുംകൂടെഅത് കാണാൻ പോകും. നരിയും പുലിയും മററും അമ്പെയ്ത് കൊ ുഒരാൾ.പുലികളും മററും കോട്ടയിലേക്ക് പോകും, പിന്നാലെ അമ്പയ്യുന്ന ആളും. ഇന്ന് ആ കലകൾ ഒക്കെ ഞാൻ ടിവിയിലാണ്കാണാറുള്ളത്. അവിടത്തെ കാരണവർ ഒരു മന്ത്രവാദിയുംആയിരുന്നു. പ്രേതംകൂടിയവരെദേഹത്തു നിന്ന് പ്രേതത്തെ ഒഴിപ്പിക്കലുംആദിവസങ്ങളിൽ ഉ ായിരിക്കും.

ഉമ്മച്ചി പറയും നിനക്ക് പ്രേതംകൂടിയില്ലെങ്കിൽ നന്നായി എന്ന്.ഞാൻ ഇതുവരെ പ്രേതത്തെ ക ി ട്ടില്ല. ഉമ്മച്ചി എനിക്ക്അധികവുംപറഞ്ഞുതരിക പ്രേതത്തെ കുറിച്ചായിരുന്നു ഞങ്ങൾ അടുത്ത വീടിന്റെമുററത്തുനിന്നാണ്കാണുക. അവിടത്തെ ഇട്ടിയുംവെളുത്തയുംആയിരുന്നുകാരണവർ.അവർക്ക് എന്നെ വലിയഇഷ്ടമായിരുന്നു.

എന്റെ ആ കളിക്കൂട്ടുകാരിയെസ്കൂളിൽപോകുന്ന സമയത്ത്അവൾക്ക്ഇഷ്ടമില്ലാതെ പിടിച്ചുകെട്ടിച്ചു. ഒരു പ്രസവം. അങ്ങനെ ഒരു മകൾ ഉ   ായി. പ്രസവിച്ചത് മാനസികമായിഅറിയാതെഎന്തൊക്കെയോ പറഞ്ഞുകൊ   ിരുന്ന സമയത്ത് എന്നെക   പ്പോൾ പറഞ്ഞു നീഎന്റെഅടുത്തേക്ക് വര   , നിന്നെ എനിക്ക്കാണുകതന്നെ വേ   ന്. അവനെ അതുപോലെ ചീത്തപറഞ്ഞു. പിന്നീട്അവനെ നോക്കുകപോലുംചെയ്തില്ല. ഇന്നുംഅവൾ ആ മകളോടൊപ്പംജീവിക്കുന്നു. അവളുടെ പേര് മാധവിഎന്നാണ്സ്കൂളിൽ. വീട്ടിൽമാതഎന്നാണ്വിളിക്കുക.

അവളുടെ അമ്മ ഒരു മഞ്ഞപ്പുഴുക്ക്ഉ   ാക്കി ഇലയിൽ വിളമ്പിക്കൊടുക്കും. അതിന്റെകൂടെ കട്ടൻചായയും. ഞാൻ മുററത്തെ തിണ്ണയിൽ ചെമ്പരത്തിയുടെചുവട്ടിൽഇരിക്കും. മുററത്ത്ഒരു പട്ടിയും ഉ   ായിരുന്നു. അവർതിന്നുകഴിഞ്ഞാൽഅതിനും കൊടുക്കും.

അവിലുംമററും ഉ   ായാൽ എനിക്കുംതരുംവേവിക്കാതെഎന്തുംഅവർ എനിക്ക്വീട്ടിലേക്ക്തരും. എനിക്ക്ഇന്നും അന്നത്തെ പുഴുക്കുംചോറുംതന്നെയാണ്വേ   ത്. ഇന്നത്തെ പുതിയഭക്ഷണങ്ങ ഒന്നും എനിക്ക്ഇഷ്ടമില്ല. പിന്നെ ഉമ്മച്ചി പച്ചപ്പൂളഉണക്കിവെക്കുമായിരുന്നു. പുട്ടു ഉ   ാക്കാനും കഴിക്കാനും.പൂളക്കഞ്ഞി എന്നു പറയും. എന്തെങ്കിലുംകറികൂട്ടിയാണ്അത്കഴിക്കുക.

കുറത്തി

ഒരു ദിവസം ഉമ്മച്ചി വീട്ടിലില്ലാത്ത ഒരു സമയംകൈനോക്കുന്ന ഒരു കുറത്തിവന്നു. അവർക്ക്കൊടുക്കാനും കൈനോക്കിക്കാനും ഒന്നുംതന്നെ ഇല്ല. അവർക്ക്തൊ യിൽ എന്തോതടസ്സംഉ ്. വിരകിയസാധനങ്ങൾ എന്തെങ്കിലും മാത്രമേകഴിക്കാറുള്ളൂഎന്നു പറഞ്ഞു. അവരുടെവിശപ്പിന്റെ പരിഹാരം ഞാൻ ക ു. പൂളകുറച്ച്എടുത്ത് ഉരലിൽഇട്ടുഇടിക്കുകതന്നെ. ഇടിച്ചുപൊടിച്ചു ഉമ്മച്ചി ചെയ്യുന്നതു പോലെമുററത്തെ അടുപ്പിൽകുറച്ച്വെള്ളംവെച്ചു. പൊടിഅതിലേക്ക്ഇട്ടു. കഷ്ണമായി പ്പോയി.പൊടികലക്കിയായിരുന്നുവത്രെഴിക്കേ ത്. കുറത്തിവിശപ്പുമാറാതെപോയി. ആ വിഷമം അങ്ങനെ.

ഇത് ഉമ്മച്ചി വരുമ്പോഴേക്കും എന്തെങ്കിലുംചെയ്യ ണമല്ലോ. അവസാനം ഒരു പരിഹാരം ക ു. വാപ്പിച്ചി ചവറുകൾ ഒക്കെ തിയ്യിടാൻ കുഴിഉ ാക്കിയിരുന്നു. രാവിലെ തീകായുവാൻ തീ ഇടും. അവസാനം ചവറുനീക്കി ആ കുഴി യിൽഒഴിച്ചുമൂടി. ആ പാത്രവുംകഴുകിവെച്ചു. എന്തുതന്നെയായാലും ആ കുറത്തി വിശന്നു കൊ ് പോയത്ഇന്നുംവിഷമമുള്ള ഒരു സംഭവമാണ്.

വേനൽ അവധിക്കാലത്ത്

വേനൽ അവധിക്കാലത്ത് ഞങ്ങൾ ര   ുമാസ ത്തിൽആഴ്ചയിൽഒരിക്കൽ മാനിപുരം പുഴ യിൽകുളിക്കാൻ പോകുമായിരുന്നു. ഒരു കൂട്ടു കാരികൈകേയി,അവൾഎന്റെ സീനിയർആയിരു ന്നു. ഞങ്ങൾ തുണികൾ ഒക്കെ തുണി യിൽകെട്ടിയായിരുന്നു പോവുക. ഇന്നത്തെ പോലെകവറുകൾ ഒന്നുംതന്നെ അന്ന്ഇല്ലായിരു ന്നു. തുണികൾ ഒക്കെ അലക്കി,മണ ലിൽവിരിച്ച്ഇടും. കുളിച്ചു കഴിയുമ്പോൾ അത് ഉണങ്ങും. മാനിപുരം പുഴയിലുംഇടക്ക്കുഴികളിൽ മാത്രമേവെള്ളമു   ായിരിക്കൂ. പാറയിൽ തച്ചലക്കി യാൽ നല്ല വൃത്തിയാവുമായിരുന്നു. അലക്കുംകുളിയുംഎന്റെജീവിതത്തിലെഏററവും പ്രാധാന്യം ഉള്ള ജോലിയാണ്,അതുകഴിഞ്ഞിട്ടാണ് ബാക്കി ഒക്കെ.തോട്ടിൽ ഒരു അമ്മ അലക്കാൻ വരുമായിരുന്നു. അവരുടെ അലക്കിന് ഒരുപ്രത്യേകതയാണ്. തുണിഅവർ പിഴിഞ്ഞുകുട യുമ്പോൾ തന്നെ ഉണങ്ങും.പിന്നെ സോപ്പിന്റെയുംകാരത്തിന്റെയുംവാസ നയും.വലിയവീടുകളിൽ ഒക്കെ അവർതുണിമാറി യുടുക്കാൻ കൊടുക്കുമത്രെ. ഞങ്ങളും കറകള യാൻ അവരെകയ്യിലാണ്കൊടുക്കുക.

കറകളയലുംഅലക്കലും ഒക്കെ ഞാൻ ചെയ്യും. തച്ചു തിരിമ്പിക്കുളിക്കുക എന്ന സംസ്കാരംതന്നെ യാണ്ഇന്നും.

പിന്നെ വൃശ്ചികമാസമായി,കിഴങ്ങുംകാച്ചിലും ഒക്കെ പറിച്ച്കൊത്തിയെടുക്കുന്ന

സമയംആണ്.കൊത്തികഴിഞ്ഞാൽഅതിൽ നിന്നുംകള പെറുക്കാൻ ഉ ാവും.ഉതിർന്ന്ഇരിക്കുന്ന മണ്ണിൽനിന്ന് ഒക്കെ പെറുക്കിയെടുക്കും. അതും ഒരു രസംതന്നെ. ചവറുകൾ ഒക്കെ ഇട്ട് തീ കത്തിച്ച്അതിൽഇട്ട്ചുട്ടുതിന്നും. എല്ലാവർക്കുംകൊടുക്കുകയുംചെയ്യും. പിന്നെകുരുമുളക് പൊള്ള പെറുക്കിഉണക്കിവിററു പൈസ ഉ ാക്കുക.അ ിയുംപെറുക്കാൻ ഉ ാവും.സ്കൂൾ അടക്കുന്ന സമയത്താണ് അ ി ഉ ാകുക. അതും ഒരു വരുമാനും തന്നെ യായിരുന്നു. അ ിയുടെ മാങ്ങ തിന്നാൻ നല്ലതാണ്. അതുതിന്നും പിന്നെ വരമ്പിൽ ഒക്കെ ഉ ാവുന്ന കക്കിരി പെലെയുള്ളചെറിയകായ്കൾ,കൊട്ടോപഴം,ഇത് ഒക്കെ പറിച്ചുതിന്നുക ഒക്കെയായിരുന്നു അന്നത്തെ വിനോദങ്ങൾ.

പിന്നെ ഉമ്മച്ചിയുംഞാനുംകാട്ടിലെകൂവ പറിച്ച്അരച്ച് പൊടിയു ാക്കും. കുറെ ഉണക്കിവെക്കും. അത്വെരകിയുംഉപ്പുമാവ്പോലെഉ ാക്കും.കൂവ പൊടിയുടെകാലംകഴിയുന്നത്വരെ എനിക്ക്അതിനെകൊ ് ഉ ാക്കിയ പലഹാരങ്ങൾ തന്നെ വേണമായിരുന്നു.

പിന്നെ കന്നിമാസത്തിലെ നെല്ല്കൊയ്ത്ത്കഴിഞ്ഞാൽ ഉമ്മച്ചി പുത്തരിച്ചോറു ാക്കും. അതിന് മത്തൻകറിയും പപ്പടവും. മത്തൻ അവിടെഅവിടെയായിട്ടാണ്ചെത്തുക. പച്ചമുളകുംതേങ്ങയുംആണ് അരക്കുക. എന്നിട്ട്കടുക്ഇട്ടുവറവിട്ടാൽഅതിന്റെരുചിഒന്നുവേറെയാണ്. അതുപോലെ പുന്നെല്ലിന്റെ പച്ച അവിലും.അതുതന്നെ ഇന്ന്ഓർക്കുകമാത്രം. നല്ല വയൽകൃഷിഇല്ലായിരുന്നു. കുറച്ച്കരനെല്ല് ഉ ാക്കും. അവില്എന്നു പറഞ്ഞു. ആ നെല്ലുകൾ വിളഞ്ഞിരുന്ന സമയത്ത്

പച്ച തത്തകൾ വന്നു ആ കതിർകൊത്തിക്കൊ ു പോകുന്നതു കാണാൻ എന്തുരസമായി രുന്നെന്നോ. തത്തയുംകിളികളെയുംഒന്നുംകാണാനില്ല ഇന്ന്.

ഉമ്മച്ചി നെല്ലിനും മററുംപോവുമായിരുന്നുകല്ലുവീട്ടിൽ.കൂടെഞാനും പോവുമായിരുന്നു.അവിടെമുററം നിറയെചെത്തിപൂ ഉ ായിരുന്നു. അതുപോലെ പല പൂക്കളും. ഞാൻ ചെത്തിപൂവിനായിരുന്നുപോവുക. ഉമ്മച്ചി അവരോട്ചോദിച്ചുവാങ്ങിതരുമായിരുന്നു. ഉമ്മച്ചിയുടെ വിചാരം പൂക്കളുംചെടിയുംമററും അവരുടെവീടുകളിലേ ഉ ാക്കാൻ പററുമായിരുന്നുഎന്നായിരുന്നുഎന്നാണ്.എന്റെയും.പിന്നെ ചെത്തിപൂവുംറോസാപ്പൂവും ഒക്കെ ഞാനും നട്ടു ാക്കാൻ തുടങ്ങി.

അതുപോലെ ഉമ്മ കൊല്ലത്തിൽഒരിക്കൽ ഇല്ലത്ത് പാട്ടംകൊടുക്കാൻ പോകുമായിരുന്നു ഞാനും വരുന്നു ്എന്ന് പറഞ്ഞു ഉമ്മയുടെ കൂടെ പോയിപോകുമ്പോൾ തന്നെ ഉമ്മ പറഞ്ഞു നീ വിചാരിക്കുന്നത്പോലെ ഉള്ള പുരയു ്.അവിടെഇരുന്നോ നിന്നോ പാട്ടവുംകൊടുത്തു പോരുകയാണ് പതിവ്.

ഉമ്മ പറഞ്ഞഇല്ലവുംആഞ്ചേലമാരയും കാണാൻവേ ിയാണ് പോന്നത്.അവർവലിയമുററത്തെക്ക് വിളിച്ചു.അവർവാതിലിന്റെഅടുത്ത്വന്നു നിന്ന്എന്നോട്വർത്തമാനങ്ങൾ ഒക്കെ ചോദിച്ചു. എനിക്കാണെങ്കിൽഅവരെക തുംഅവർസംസാരിച്ചതുംതന്നെ മതി. പുഴക്കടവിൽഅവർക്ക്കുളിക്കാൻ പുരകെട്ടിയ ഒരു കടവായിരുന്നു.ഇറങ്ങി വരാൻ സ്റ്റപ്പുകളും.ഇവിടെവന്നുഞാ്

എല്ലാവരോടും പറഞ്ഞു. ആത്തോല മാർഎന്നോട്സംസാരിച്ച്എന്ന്.ചിലർക്ക് ഒക്കെ ചെറിയഅസൂയയും

അവർക്ക്പ്രത്യേകതതോന്നാ�കാരണങ്ങൾ ഒന്ന്.അവരുടെവീട്ടിലാണല്ലോ ഉമ്മ പാട്ടവുംകൊ ു പോകുന്നത്. അവർക്ക്കുളിക്കാൻ ആരും ഇറ ങ്ങാത്ത സ്ഥലം,പിന്നെ ഇല്ലത്താണ്ആദ്യമായി പറമ്പ് ഒക്കെ നനക്കുന്ന മോട്ടോർഉ ായി രുന്നു.വൈകുന്നേരംമോട്ടോർ ഓൺ ചെയ്താൽ നമ്മളുടെ വീട്ടിലേക്ക്കേൾക്കാമായിരു ന്നുശബ്ദം.അതും ഉമ്മയാണ് കേൾപ്പിച്ചുതരിക. റോഡിൽകൂടെ ഒരു വാഹനവും പോകുന്നില്ലല്ലോ. അതുകൊ ്ദൂരെ നിന്നാ യാലുംഎന്തുംകേൾക്കാമായിരുന്നു. ഉമ്മച്ചി രാത്രി സമയങ്ങളിൽ ഒരു അനക്കവുമില്ലാത്ത സമയത്ത് പ്രേതങ്ങൾ കരഞ്ഞുകൊ ് പോകുന്നതും മററും കേൾക്കുമായിരുന്നുവത്രെ. കരിമ്പല്ലി തോട്ടിൽ ഉച്ചക്ക് കുളിക്കാൻ പോയപ്പോൾ കരിമ്പല്ലി അമ്മ കൂട്ടിഎന്നോ.ഐത്തമുള്ള സമയത്തായിരുന്നു വത്രെ.അതിൽപിന്നെയാണ് ഉമ്മച്ചിക്ക് ഇറ ച്ചിയുംമീനും ഇഷ്ടമില്ലാതായത്എന്നായിരുന്നു പറയു ക,അവ�പറഞ്ഞുതന്നകഥകളി�കുട്ടികളെപിടിക്കാനിറ ങ്ങുന്ന ഒറ്റമുലച്ചിയുടെകഥയുംആറാംപിറന്നവന്ടെ കഥയുംഒക്കെയുണ്ടായിരുന്നു.ഒറ്റമുലച്ചികുട്ടികളുള്ള വീടുകളി�തേങ്ങാചോദിച്ചു വരികയുംതേങ്ങാപീരവഴികളിലൂടെവിതറി

വഴികണ്ടുപിടിച്ചുവെക്കുംഎന്നിട്ട്കുട്ടികളെപിടി ക്കാ�വരുംഎന്നൊക്കെ...അന്നൊക്കെരാത്രിപുറത്തിറ ങ്ങാ�പേടിയായിരുന്നു.ആറാംപിറനാവാ�കുട്ടികളെ പേടിപിക്കുമായിരുന്നുപോലും.

എന്നിട്മരിക്കുമ്പോ□പറഞ്ഞത്കുട്ടിക□വരുന്നവഴിയി
□മറവുചെയ്യാ□.എന്നാ□കുട്ടികളെപീഡിപ്പിച്ചുകൊണ്ടി
രിക്കാമല്ലോഎന്നും.ഇന്നുംഅവരൊക്കെഅങ്ങിനെനട
ക്കുന്നുണ്ടന്നാവിശ്വാസം...

എന്റെവാപ്പിച്ചിയുടെതറവാട്പേര്ആനോക്കി□എന്നാ
ണ്.അവിടെആനകളെകെട്ടുമായിരുന്നു.ഒരിക്ക□ഞാ□ആ
നവാ□പറിക്കാ□പോയി
.ആനയുടെഅടുത്തെത്തിയപ്പോ□ആനതിരിഞ്ഞുനിന്ന്
.ഞാ□പേടിച്ചോടി.ആനവാ□മോതിരംഇട്ടാ□പേടി
മാറുംഎന്നറിഞ്ഞപോയതാ
..അന്ന്മുഴുവ□പേടിച്ചുകരഞ്ഞു.

ഉമ്മച്ചിപറഞ്ഞുതന്നകഥകളി□അധികവുംകുട്ടിച്ചാത്ത
നുംചെകുത്താന്റെകുട്ടികളുംനിറഞ്ഞുനിന്നിരുന്നു.ഉ
മ്മച്ചിയുടെവലിയുപ്പാക്ക്എന്തോക്കെയോസേവപോല
ത്തെഅറിവുകളുണ്ടായിരുന്നുഎന്ന്
കേട്ടിരുന്നു.തലയോട്കഴുത്തിലിട്ടചാത്തന്മാരെയുംമ
റ്റുംകണ്ടിട്ടുണ്ടെന്നുംഅസുഖങ്ങ□ബദ്ധമാകാനുള്ള്കഴി
വുണ്ടെന്നുംഒക്കെപറഞ്ഞുതരുമായിരുന്നു
.അതിനെപി□പറ്റിഉമ്മച്ചിയുടെവാപ്പചിലചികിത്സക
ളൊക്കെചെയ്യുമായിരുന്നു
.ആ□ക്കറിയാംഎന്തോക്കെയെന്ന്.ഉമ്മച്ചിഎപ്പോഴുംപ
റയുംകുട്ടിച്ചാത്ത□വായപൊളക്കുന്നത്കണ്ടുഎന്ന്.അ
ന്നേടാ□ച്ച്ഇല്ലാത്തകാലമല്ലേ.അല്ലെങ്കിലേഭയമായിരു
ന്നു.കറന്റുംവെളിച്ചവുംഒക്കെവന്നപ്പോ□എല്ലാംമാ
റി.

കല്ലുവീടിന്റെബാക്കി□ആയിട്ട്ഇല്ലവും ഒരു
വീടുംവലിയകോട്ടയും ഉ ായിരുന്നു. ഞങ്ങൾ
പുളിങ്ങയും ഒക്കെ പെറുക്കാൻ അവിടെ പോകു
മായിരുന്നു. ആ കോട്ട നിറയെ പാമ്പുകൾ ആയി
രുന്നുവത്രെ. പാമ്പും പ്രേതവുംഒന്നുംഇതുവരെ
എന്നെ ഒന്നുംകാണിച്ചിട്ടില്ല ക ിട്ടുമില്ല.

ഞങ്ങളുടെവീട്ടിൽ നിന്ന് ഇറങ്ങിവരുന്ന ഇടവഴി യിൽആണ്കോട്ട. കോട്ടകഴിഞ്ഞ്വയലിന്റെ അക്ക രെയാണ്മങ്ങാട്ട്അച്ചന്റെ കട.അവിടെമസാല കട,തുണികട, ഒരു ടൈലർ,അതിന്റെഅ ടുത്ത്വാപ്പിച്ചി ബീഡിതരിക്കുന്നു ാവും. ഞാൻ ആഴ്ചയിൽ ര ുപ്രാവശ്യമെങ്കിലുംഅവിടെ പോവുംകൂടെഎന്റെകൂട്ടുകാരിയുംവരും. അവൾക്കും എന്തെങ്കിലുംആവശ്യങ്ങൾ ഉ ായി രിക്കും.

പിന്നെ എനിക്ക്തുണികൾ ഒക്കെ അവിടെ നിന്നാണ്വാങ്ങുക. ഇഷ്ടപ്പെട്ടത് ഒരു കോല്കൊ ്തൊട്ടുകാ ണിച്ചുകൊടുക്കും.എന്നിട്ട്അവിടെതന്നെ തൈക്കാൻ കൊടുക്കും. എനിക്ക്പെരുന്നാള് പോലെതന്നെ ഓഗസ്റ്റ് 5നും കോടിവേ ിയിരു ന്നു. വാപ്പിച്ചിയോട് പറയാൻ പേടിയാണ്.വാങ്ങി ത്തരുമെങ്കിലും പട്ടാളച്ചിട്ടയാണല്ലോ. കടയുടെ പിന്നിൽകൂടെ പോയിടൈലറോട് മുടികെട്ടാൻ നാട ചോദിച്ചുവാങ്ങും. അയാൾ നല്ല തുണിവെ ട്ടുന്ന കഷ്ണങ്ങൾ എടുത്തു വെക്കും.അന്ന്കടയിൽഅത്ഒന്നും വാങ്ങാൻ ഉ ാവാറില്ല. മദ്റസയിലെകുട്ടികൾ എന്നോട്ചോദിക്കുമായിരുന്നു നിനക്ക് ഇതൊക്കെ എവിടെന്നാണ്കിട്ടുന്നതെന്ന്.

അന്നത്തെ ആ കട ഇന്നത്തെ ഒരു സൂപ്പർമാർക്കറ്റ്തന്നെയായിരുന്നു. എനിക്ക് വാപ്പ ചന്തകളിൽ ഒക്കെ മരുന്നുമായി പോകുന്ന ഒരാളായിരുന്നു.പ്രത്യേക സാധനങ്ങൾ ഒക്കെ എത്തിച്ചുകൊ ുതരുമായിരുന്നു. ചോക്കുമിട്ടായി യുംമറ്റും ചന്തയിൽകിട്ടുമായിരുന്നു. വാപ്പ ചന്ത കഴിഞ്ഞുവരുന്നതുംകാത്തുനി�ക്കുമായിരുന്നു.ഓമശ്ശേ രിയിൽതിങ്കളാഴ്ചയായിരുന്നു.ഒരാഴ്ചക്ക് ഉള്ള

സാധനങ്ങൾ അന്ന് ഒരു ദിവസമായിരുന്നു ചന്ത യിൽ പോയിവാങ്ങുക. ഒരു ദിവസംവാപ്പനെയുംതിരഞ്ഞ് ഞാൻ ചന്ത യിൽപോയിതിരക്കിന്റെ ഇടയിൽ ക ുപിടിക്കാൻ ഒരു വഴിഉ ായിരുന്നു തലയിൽ ഒരു തൊപ്പി ഉ ാവും. ആൾക്ക്അസുഖത്തിന്റെകാരണങ്ങൾ പറഞ്ഞുകൊ ിരിക്കുന്ന താണ്ക ത്കയ്യിൽവെള്ളികൊ ് കെട്ടിയ ഒരു വടിയുംഉ ാവുമായിരുന്നു. എനിക്ക്വേ ത് ഒക്കെ വാങ്ങിതന്നു. എന്നെ വേഗം പറഞ്ഞുവിട്ടു. വാപ്പയുടെഅടുത്ത്കാട്ടിലെ പണിയർ വരുമായിരു ന്നു. പച്ചമരുന്നുകൾ ഒക്കെ കൊ ്.അവർക്ക് എന്നെ വലിയഇഷ്ടമായിരുന്നു. മിട്ടായി വാങ്ങാൻ പൈസയുംമറ്റുംതരുമായിരുന്നു. അവർക്ക്ചായ ഒക്കെവാങ്ങിക്കൊടുക്കുകകടയിലേക്ക്കൊ ു പോയായിരുന്നു.

പിന്നെ എന്റെ ഒരു അമ്മാവന് കുറച്ച് പാരമ്പര്യ ങ്ങൾ ഒക്കെ ഉ ായിരുന്നു. അന്നത്തെ കാലത്ത് നാടകംഅഭിനയിക്കുകയും പാടുകയുംവരക്കു കയും കഥ എഴുതുകയും ഒക്കെ ചെയ്യുമായിരു ന്നു. അത്ഒന്നുംഎവിടെയുംഎത്തിച്ചില്ല .അവ സാനം ഹോമിയോഡോക്ടറായിചികിത്സിച്ചു.പഴ ക്കമുള്ളരോഗങ്ങൾ ഒക്കെ മാറുമായിരുന്നുവത്രെ. മരിച്ചുപോയിട്ടുംഡോക്ടർ എ.കെ.പി. എന്നത് ആളുകളുടെ മനസ്സിൽ നിലനിൽക്കുന്നു.

ഉമ്മച്ചി അടുത്ത വീടുകളിൽ നാലുകെട്ടിൽ ഒക്കെ പ്രസവിച്ചുകിടക്കുന്ന വീട്ടിൽ ഒക്കെ പോകു മ്പോൾ ഞാനും കൂടെപ്പോകുമായിരുന്നു. അവർകുട്ടിയുടെവകയായി ഒരു ചിരട്ടയിൽകുറച്ച് എണ്ണ തരുമായിരുന്നു. എനിക്ക്അതുവലിയകാര്യ മായിരുന്നു.അന്ന്കുറച്ചുകൂടെ അധികം എണ്ണതേ ക്കാമായിരുന്നുഎന്നായിരുന്നു. ഉമ്മ ഒരു

ദിവസംഎന്നെയുംകൊ ്മൂത്തമ്മയുടെ
വീട്ടിൽവിരുന്നുപോയി.കൊടുവള്ളിയിൽആയി
രുന്നുവീട്. പുത്തൂരിൽ നിന്ന് നടന്നുപോകണം.
തിരിച്ചുപോരുന്ന സമയത്ത് ഒരു പെരുമഴ
പെയ്തു. ഉമ്മ എന്നെയുംഎടുത്തുകൊ ുപോ
ന്നു. ഞാൻ ചുവപ്പുപട്ടിന്റെഉടുപ്പായിരുന്നുഇട്ടിരു
ന്നത്. ഉമ്മ വെള്ളയുംഎന്റെഉടുപ്പിന്റെകളർഇളകി
ഉമ്മയുടെ തുണികളുംചുവപ്പായി.കൊടുവള്ളി
യിൽ നിന്ന് പുത്തൂർവരെ നടക്കണമായിരു
ന്നല്ലോ. ബസ്സുകൾ ഒന്നുംഇല്ലായിരുന്നു. ഉമ്മക്കും
വാപ്പക്കും ഒന്നുംതന്നെ ചെയ്യാൻ എനിക്ക് പറ്റിയി
ല്ല.
ഇത്രയുംസ്നേഹിച്ചുവളർത്തിയഅവർക്ക്വേ ി
ഞാൻപ്രാർത്ഥിക്കാറു ്. അതിനല്ലെകഴിയുകയു
ള്ളൂ.

പിന്നെ അന്നത്തെ പെരുന്നാൾഎന്നുപറ
ഞ്ഞാൽകൊല്ലത്തിൽ പെരുന്നാളിന് മാത്ര
മാണ്മൈലാഞ്ചിയിടുക. ഉണങ്ങിയവിളഞ്ഞി,ചട്ടി
യിൽഇട്ട്ചൂടാക്കിഈർക്കിൾകൊ ്ചെറിയചെറി
യകുത്തുകൾആക്കിഅതിന്റെമുകളിൽമൈലാഞ്ചി
അരച്ചത്തേച്ചിടുകയാണ്.ചൂടുള്ളവിളഞ്ഞി
യുടെമുകളിൽമൈലാഞ്ചി തേക്കുമ്പോൾ നല്ല
തണുപ്പായിരിക്കും. അടുത്തവീട്ടുകാരുംഎല്ലാ
വരുംഒന്നിച്ചിരുന്നുകൊ ാണ്മൈലാഞ്ചിഇടുക.
രാത്രിഎല്ലാവരുംകൈ അന
ക്കാതെഇരിക്കുംഉറക്കംഒന്നും ഉ ാവില്ല.
രാവിലെകൈതേച്ചുകഴുകിഅഭിപ്രാങ്ങളൊക്കെ
പറഞ്ഞ് പിന്നെ എണ്ണയുംതാളിയും ഒക്കെ
തേച്ച്കുളിച്ച് പുതുവസ്ത്രങ്ങൾ ഒക്കെ ഇട്ടുകഴിയു
മ്പോൾ, നല്ല നാടൻകോഴിയുടെ
കറിയുംചോറും.കോഴിയെവാപ്പിച്ചിതന്നെ അറു
ത്തുതൊപ്പ ഒക്കെ കളഞ്ഞതിന് ശേഷംചൂട്ടിൽ തീ
കത്തിച്ച്രോമങ്ങൾ ഒക്കെ കളഞ്ഞ്കഴുകി ആ

തോലും ഇട്ടിട്ടാണ്കറിവെക്കുക.
അതിന്റെരുചിഒന്നുവേറെതന്നെയാണ്.

കോടിഉടുപ്പുംകോഴിക്കറിയും പുതിയഉടുപ്പിന്റെവാസനയും ഒക്കെക്കൂടി ഒരു രസംതന്നെയായിരുന്നു. പിന്നെ അടുത്ത വീടുകളിൽ ഒക്കെ എല്ലാവരുംകൂടെ പോകും ഡ്രസ്സിന്റെയുംമൈലാഞ്ചിയുടെയും ഒക്കെ അഭിപ്രായങ്ങൾ പറയും. അവിടെനിന്നുംഇത്തിരിചോറാണ്കഴിക്കുക. തേങ്ങാചോറും പരിപ്പും പപ്പടവും ഒക്കെയാണ്അന്ന് ഉ ാവുക. പിന്നെചായയും പായസങ്ങൾ ഒന്നുംഅന്ന് നമ്മുടെ വീടുകളിൽ ഉ ാവില്ലല്ലോ. വാപ്പിച്ചിആഴ്ചയിൽഒരിക്കൽ വാപ്പിച്ചിയുടെ ഉമ്മയുടെ വീട്ടിലും അമ്മായിയുടെ വീട്ടിലും പറഞ്ഞയക്കുമായിരുന്നു. വീട്ടുജോലികൾ പഠിപ്പിക്കും.അവിടങ്ങളിൽ ര ു സ്ഥലത്തും നിന്നെ പഠിക്കുകയുള്ളൂഅവിടെ ര ുവീട്ടിലുംഇഷ്ടം പോലെ പണികൾ ഉ ായിരിക്കും. അമ്മായിയുടെ വീട്ടിൽ നെല്ലുംകുത്തുപുരയിൽ ഒരു കുഴിയാണ്. നാലുംഅഞ്ചുംപേർ നിന്നുംകൊ ാണ് നെല്ല്കുത്തുക. അമ്മായി എന്നെ ക്കൊ ുംകുത്തിച്ചു നോക്കും. എന്നെ ക്കൊ ്അത് പററില്ലായിരുന്നുഅവർ എന്നെ കളിയാക്കുമായിരുന്നു. അമ്മായിയുടെ മൂത്ത മകൾഎന്റെകൂട്ടുകാരിയുമാണ്ഇന്നും ഞങ്ങൾ ഒരേവേദിയിൽഒന്നിച്ചുകൂടുന്ന സമയത്ത് ആ കഥകൾ ഒക്കെ പറഞ്ഞുചിരിക്കുകയും മററുള്ളവരോട് പറയുകയുംചെയ്യും.
നെല്ലുകുത്തിപൊടിച്ച്ഉ ാക്കിയകട്ടിയുള്ളപത്തിരിയും നെല്ലിന്റെചോറുംതന്നെയാണ് ഉ ാവുക.

അവിടെതേങ്ങ ആട്ടുന്ന ചക്കും ഉ ായിരുന്നു. ഞങ്ങ്ആ പിണ്ണാക്ക്ചൂടോടെഎടുത്തുതിന്നുമായിരുന്നു.

അമ്മായി ഇന്നുംജീവിച്ചിരിപ്പു ്.
മറ്റുള്ളവർആരുംതന്നെ ഇന്നില്ല. അതുപോലെ ഞാനും എന്റെകൂട്ടുകാരിയുംകൂടികുളിക്കാൻ പോകുകകൈകേയിയുടെമുറ റത്ത്കൂടെആയിരുന്നു.അവരുംവരുംകുളിക്കാൻ.അവ രുടെ മുററവും വലുതാണ്. മുററമ ടിച്ച്കഴിഞ്ഞ്അവർകിണ്ണവുംകി യുംവാഴ യുടെഇലയുംവെണ്ണീർകൂടെകൂട്ടിതേച്ച്കഴുകിഅതി ൽവെള്ളംഒഴിച്ചുവെക്കും. അത് ഒക്കെ കാണാനും കൂടെആണ്മുററത്തുകൂടെകുളിക്കാൻ പോവുക. കുളിച്ചു വരുമ്പോൾ അമ്മ ഒരു കഷ്ണംഅപ്പവുംചായയുംതരുമായിരുന്നു. ഞാൻ ഇപ്പോഴുംഉ ാക്കുംഅപ്പം, അത്ര രുചിയി ല്ലെന്ന്തോന്നും. ഉമ്മച്ചിയും എന്തെങ്കിലും ഉ ാ ക്കിവെക്കും. എന്നെ സാരിയുടുത്ത് പഠി പ്പിച്ചുതന്നതും അമ്മ തന്നെയാണ്. അന്ന്സാരിയും പാവാടയുംഒന്നുംഉടുക്കുന്നവർ അധികമില്ലായിരു ന്നു. അതുപോലെഎന്റെമുകളിലെകാത്കുത്തിയി ല്ലായിരുന്നു. വാപ്പിച്ചി സമ്മതിക്കില്ലായിരുന്നു എനിക്കുംഇഷ്ടമില്ലായിരുന്നു. ഉമ്മ ച്ചിക്ക്അതൊരുവിഷമമായിരുന്നു.കാരണംഎല്ലാ വരും പറയുംകാതുകുത്തിച്ചിട്ടുകൂടെഇട്ടില്ലെ ങ്കിൽആരുംകെട്ടിക്കൊ ുപോകില്ലെന്ന്.ഉമ്മ ച്ചിക്ക്അത്വിഷമമില്ലാതിരിക്കില്ലല്ലോ. ഒരു ദിവസംകാതുകുത്തുന്ന ചെട്ടിഎന്ന് പറയുന്ന ഒരാൾവന്നു. ഉമ്മച്ചി തീരുമാനമെടുത്തുഎന്തുവ ന്നാലുംകാതുകുത്തിച്ചിട്ടുതന്നെ.ഞാൻ ഓടിചെന്ന് അമ്മയോടും കാര്യങ്ങൾപറഞ്ഞു. അമ്മ പറഞ്ഞു നീ ബേജാറൊന്നുംആവ നീ ഇവിടെ നിന്നെ.ഇവിടെക്ക്ആരുംവരില്ലെന്ന്. പിന്നെ ഉമ്മ ച്ചിയും ആ കാര്യത്തിൽ നിന്ന് പിൻമാറി. വാപ്പിച്ചി അങ്ങിനെ ഉള്ള ആളുകളെയൊക്കെ ഓടിക്കുമായി രുന്നു. നാഗൂർ നേർച്ച ചോദിച്ചുവരുന്നവർഖലീഫ

മാർഎന്നൊക്കെ പറയുന്ന ആളു
കളെക ാൽഅവർക്ക്ഒന്നുംഓടിയാൽസ്ഥലംമതി
യാവില്ലായിരുന്നു. ഉമ്മച്ചി പറയുംനിങ്ങള്ക്ക് എന്തെ
ങ്കിലും പററുമെന്ന്. ഉമ്മച്ചിയാണെങ്കിൽ അങ്ങനെ
യുള്ളവർക്ക്ഇല്ലാത്തതും ഉ ാക്കിക്കൊടു
ക്കുകയുംചെയ്യും. മന്ത്രവാദികളെയും തങ്ങ
ളെയും മററും പോകാൻ പറയാ�ഒന്നും ഉമ്മച്ചിക്ക്
അറിയില്ലായിരുന്നു. അവർക്ക് ഒക്കെ എന്തെ
ങ്കിലുംഎടുത്തുകൊടുക്കുമായിരുന്നു.

ഉമ്മച്ചി കാണാതെ പൂളക്ക ത്തിന്റെ നടുവിൽ
നിന്ന് ഒക്കെ ഞാനും പറിച്ചുകൊടുക്കുമായിരുന്നു.
സ്കൂളിലേക്കും റേഷൻ കടയിലേക്കും പോകുന്ന
ഇടവക്കത്തായിരുന്നു ഞങ്ങളുടെവീട്.
വെള്ളംകുടിക്കാൻ കയറുന്നവർക്ക് കട്ടൻകാ
പ്പിയും പുഴുങ്ങിയകപ്പയുംകൊടുക്കുമായി
രുന്നുഅക്കാര്യത്തിൽ ഉമ്മച്ചിയും മുൻപന്തിയിലാ
യിരുന്നു.

ഓണവുംവിഷുവുംപെരുന്നാളും ഒക്കെ
വന്നാൽമററുള്ളവർവെന്ത്വേവിച്ചത്തിന്നി
ല്ലല്ലോ.ചായയും പലാഹരങ്ങളും ഒക്കെ കൊടു
ക്കും.

തേങ്ങാപാലും ഉണങ്ങലരിയുംകൂടെ ഇട്ട പായസ
മായിരിക്കും ഉ ാവുക.

പിന്നെ തിരുവാതിര

അന്ന്കൂട്ടുകാരിയുടെവീട്ടിൽഊഞ്ഞാൽഇടുംഅവിടെയാണ്എല്ലാവരും ഊഞ്ഞാൽ ആടാൻവരുക. പഴവും ഇളന്നിയും എന്തെങ്കിലും ഒക്കെ കിട്ടുകയുംചെയ്യുംഇന്ന്എവിടെയുംഅത്ഒന്നുംകാണില്ല.

കല്യാണങ്ങൾ

മുസ്ലിംകളുടെവീടുകളിൽകല്യാണങ്ങൾ ഒക്കെ രാത്രിയായിരുന്നു പെണ്ണിനെ കൊ ുപോകുന്നത്. ആരുംകാണാതിരിക്കണമെന്നുതോന്നുന്നു. നല്ല പാട്ടുകൾ ഒക്കെ പാടും. അടുത്ത അടുത്ത സ്ഥലങ്ങളിൽമാത്രമായിരിക്കുംകെട്ടിച്ചയക്കുക അധികവും.
മുസ്ലിംസ്ത്രീകൾറോഡിൽകൂടെവലിയകാലുള്ള കുടയും മറച്ചുപിടിച്ചുകൊ ായിരുന്നുറോഡിൽകൂടെ പോവുക.
കല്യാണംകഴിഞ്ഞ് ഭർത്താവിന്റെകൂടെഒന്നും പോകാറില്ല. അന്നുള്ളവരുടെജീവിതം ഓർക്കുമ്പോൾ ഇന്ന് സങ്കടംവരും. ഭർത്താവായി മക്കളായിഎങ്ങിനെയോജീവിച്ചുപോകുകതന്നെ .ഒരുസ്വാതന്ത്ര്യവുംഅവർക്കില്ലായിരുന്നു.

ഞാൻ പറയുമായിരുന്നുഇങ്ങനെ ഒന്നും നടക്കാൻ ആർക്കുംഎന്നെ കിട്ടില്ലഎന്ന്.അതുപോലെ പ്രസവിച്ച വീട്ടിൽ നിന്നുംമരിച്ച വീട്ടിൽ നിന്നുംഒന്നുംഞാൻ കഴിക്കില്ലായിരുന്നു. എല്ലാവരുടെയുംവിചാരംഞാൻ പ്രസവിക്കുകയോമക്കളെ

പാൽകൊടുത്തുവളർത്തുകയുംഒന്നുംചെയ്യില്ലെന്നായിരുന്നു..

പിന്നെ വിവാഹംമക്കൾ ഭർത്താവ്.ഗ്രാമത്തിന്റെ പാറിപ്പറന്ന ജീവിതം അവസാനിച്ചു പുതിയലോകത്തിലേക്കുംഅത്കുറഞ്ഞകാലംകൊ ുഅസ്തമിച്ചുപോയി. എന്റെ ഗ്രാമത്തിന്റെ പച്ചപ്പ് ആർക്കുംഇഷപ്പെടുമായിരുന്നു. രാജീവ്ഗാന്ധികോഴിക്കോട്വന്നിട്ട്എന്റെ ഗ്രാമത്തിലാണ്വന്നിറങ്ങിയത്. ആസ്ഥലവുംആളുകളെയുംവല്ലാതെഇഷ്ടപ്പെട്ടുവെന്നാണ് പറഞ്ഞതത്രെ.

പുതിയആളുകൾ ആരെങ്കിലുംവന്ന്ഒരുമിച്ച് ആ വഴിയിൽകൂടെ പോകുമ്പോൾ ഞാൻ പറഞ്ഞുകൊടുക്കുംഇതാണ്രാജീവ്ഗാന്ധിവന്നിറങ്ങിയ സ്ഥലമെന്ന്. അതുപോലെഎന്റെകൂടെ പഠിച്ചവർ അധികപേരുംസർക്കാർജോലിക്കാർആണ്. ഒരാൾ നായാട്ടിനും പോവുകയുംകൃഷിയും മീൻവളർത്തലും .എല്ലാതരത്തിലുള്ളകൃഷികളുംഉ ്. അവരുടെവീട്ടിൽഒന്നുംതന്നെ ഭക്ഷണ സാധനങ്ങൾ വാങ്ങേ തില്ലെന്ന്തന്നെ പറയാം. ഒരാൾ നാടൻവൈദ്യർ,ഒരുകൂട്ടുകാരിമഹിളകോൺഗ്രസ്സ് പ്രവർത്തകയും വനിതാബാങ്കിൽഅംഗവുമാണ്.

എന്റെ ഗ്രാമത്തെപ്പററിഓരോന്നുംഓർക്കുകയാണെങ്കിൽഒരുവല്ലാത്ത അനുഭവമായിരുന്നു. നോമ്പ് തുടങ്ങാൻ ആയിഎന്നുഒരുമാസംമുമ്പെ തുടങ്ങും. നെല്ലുകുത്തിഅരിയാക്കുകഎന്നിട്ട്ര ുതരങ്ങൾ ആക്കി വെക്കുംചെറിയഅരികഞ്ഞിയുംവലിയഅരിചോറിനും. പത്തിരി പൊടിമുളക്,മല്ലിഇത് ഒക്കെ ഉരലിൽഇടിച്ചാണ് ഉ ാക്കുക. ആ മസാല ഇട്ട കോഴിക്കറിഎവിടെയോഅടുപ്പത്തി

ട്ടാൽമതിവാസനക്ക്.വലിയഒരു പരിപാടി നോമ്പ് തുറക്ക് ഒക്കെ ഒരുകോഴിയാണ്അറുക്കുക. അന്ന്അത്മതിയായിരുന്നു. പിന്നെ ചീരോകഞ്ഞി.വൈകുന്നേരംആദ്യംചീരോകഞ്ഞി വെച്ചുവെക്കും. കുട്ടികൾക്ക്ആദ്യംകഞ്ഞികൊടുക്കും. കഞ്ഞിക്ക്ഒരു പുഴുക്കുകറിയും ഉ ായിരിക്കും. പത്തിരി ഇന്നത്തെപ്പോലെ അധികംഒന്നും ഉ ാവില്ല. നോമ്പ്തുറ ഉള്ളപ്പോൾ ഒക്കെയെഅധികം പത്തിരിചുടുകയുള്ളൂ. പുലർച്ചെ എഴുന്നേറ്റാണ്ചോറുവെക്കുക. വെള്ളവും ഒക്കെ അടുപ്പിന്റെഅടുത്ത്എടുത്ത്വെക്കും. എന്നിട്ടാണ്വെക്കുക. അതിന് ഉപ്പേരി പിന്നെ മോര്തേങ്ങയുംഉള്ളിയും ഒക്കെ അരച്ച് ഉ ാക്കിയത്,അത്എല്ലാവർക്കും പ്രത്യേകഒന്നായിരുന്നു. അതുപോലെചേന വറുത്തതുംഅടുത്ത വീട്ടുകാർഅങ്ങോട്ടുംഇങ്ങോട്ടുംവിളിച്ചു ഉ ാക്കിയത്കൊടുക്കുകയുംഎഴുന്നേൽക്കാത്ത വരെവിളിച്ച്എഴുന്നേൽപ്പിക്കുയംചെയ്യും. ചൂട്ടുകത്തിച്ചുകൊ

ാണ്അങ്ങോട്ടുംഇങ്ങോട്ടുംപോവുക. മണ്ണ് വിളക്കുകൾ ആണ്അന്ന്കുത്തിക്കുന്നതും.ഒരു പറമ്പിൽ ഒരു വീടായിരുന്നു ഞങ്ങളേത് ഒക്കെ എങ്കിലും ഈ സൗകര്യത്തിൽ ഒക്കെ ആണെങ്കിലുംവരവും പോക്കുംഐക്യവും ഉ ായിരുന്നു. ഇന്ന്അടുത്ത അടുത്ത വീട്ടിൽ ഉള്ളവരെ പററി ഒരു വിവരം അന്വേഷിച്ചാൽഅവർഅവിടെഎവിടെയോ ഉ ായിരിക്കും. ഞങ്ങ്ഒന്നിനും സമയമു ാവില്ലഎന്നാണ് പറയുക. എന്നെപോലുള്ള പഴയആളുകലെ അതുംചോദിക്കുള്ളൂ. അയൽപക്കക്കാരെ അന്വേഷിക്കുന്നതുംപോകുന്നതും ഒക്കെ ഇന്നുള്ളവർക്ക്ഇഷ്ടപ്പെടുകയില്ല. ഞങ്ങൾ രാവിലെകുളിക്കാൻ പോവുകഎന്റെകൂട്ടുകാരിയുടെമുറ്റത്തുകൂ

ടെയാണ്. ആ സമയമാവുമ്പോഴേക്കും അവിടെമുറ്റമടിച്ച്വാരികിണ്ണവുംകി യുംവാഴഇലയുംവെണ്ണീരുംകൂട്ടിതേച്ചു വെള്ളംഒഴിച്ചുവെക്കുംതിളങ്ങുന്ന ആ കിണ്ണവുംകി യുംകാണുന്നത്ഒരു ഐശ്വര്യമായിരുന്നു. എന്റെവീട്ടിൽ ഒരു കിണ്ണമായിരുന്നു ഉ ായിരുന്നത്. അത് ഞാനും തേച്ചുവെക്കുമായിരുന്നു. കുളിച്ചുവരുമ്പോൾ അമ്മ ഞങ്ങൾക്ക്ഓരോകഷ്ണംഅപ്പവുംചായയുംതരുമായിരുന്നു. സ്കൂളിൽപോകാൻ അതുമതിയായിരുന്നു. ഉമ്മച്ചിയും എന്തെങ്കിലും ഒക്കെ ഉ ാക്കി വെക്കും ഞാൻ ഇപ്പോഴും ഉ ാക്കും.അമ്മയുടെ അപ്പംഎന്നുപറയും.

പോലീസ്

ഒരു ദിവസംപോലീസുകാർ

ഞാൻ മദ്രസവിട്ടുവരുന്ന സമയത്ത് ര ു പോലീസുകൾ മുന്നിൽ നിന്നും വരുന്നത് ക ു. അവരുടെകൈയിൽവടിയുമു ായിരുന്നു. ഞാൻ ഓടി രക്ഷപെട്ടു എന്നുപറയാം.വീട്ടിൽഎത്തിയതിന് ശേഷമാണ് നിന്നത്.കിതച്ച് വിയർത്ത എന്നെക ുകാര്യംചോദിച്ചറിഞ്ഞപ്പോൾഅല്ലെകാര്യം മനസ്സിലായത്. കാണുന്നവരെ ഒക്കെ പിടിച്ചുഅടിക്കുകയായിരുന്നുഅവർചെയ്യുകഎന്നല്ലെഎന്റെ കണക്കുകൂട്ടൽ. അന്നത്തെ പോലീസുകാർക്ക്മുട്ടുവരെ ഉള്ള ട്രൗസറുംകൂർത്തതൊപ്പിയും ഒക്കെ ആയിരുന്നല്ലോ.

ഇന്നത്തെ വേഷവുംകുട്ടികൾക്ക്പേടിയൊന്നുംതോന്നുന്നതല്ലല്ലോ. ഇന്നത്തെ കുട്ടികൾക്ക്ഒന്നിനും പേടിയില്ല. അതുപോലെ ഒരു ദിവസംസ്കൂളിൽ ക്ലാസ്എടുക്കുന്ന സമയത്ത്റോഡിൽകൂടെ ഒരു സിനിമ പോസ്റ്റർഒട്ടിച്ച വ ിപോകുന്നത് ക ു ഞങ്ങൾ ഇറങ്ങിറോഡിൽഎത്തിഅതുക ്.അഃുവരെകാണാത്ത ഒരു വലിയ സംഭവമായിരുന്നുഅഃും. ടീച്ചർവഴക്ക്ഒന്നും പറഞ്ഞില്ല. അന്നത്തെ കാലംസ്കൂളിൽ നിന്ന് ഒരു ടൂറുപോലുംകൊ ുപോകാറില്ലായിരുന്നല്ലോ.

ഞാൻ അധികവുംകാണുക വാപ്പയുടെഅടുത്ത്മരുന്നുമായി വരുന്ന കാട്ടുപണിയരെ ഒക്കെയായിരുന്നുഅവർഎന്താകുളിക്കു

കയുംമുടിയിൽ എണ്ണ തേക്കുകയുംമുടികെട്ടു കയുംചെയ്യാത്തത്എന്ന്ചോദിക്കുമായിരുന്നു. അവർകാട്ടിലെ കിഴങ്ങുകളും ഇറച്ചിയും ഒക്കെ ചുട്ടുതിന്നുകയാണ്ചെയ്യുക.

സോപ്പുംഎണ്ണയുംഒന്നുംതേച്ചുകുളിക്കണമെന്നില്ലഅവർക്ക് ഒക്കെ ഓരോശീലങ്ങളാണല്ലോ. പിന്നെ മുടികെട്ടിയാൽ അവരുടെ പണിയൻ ചത്തുപോകുമെന്നാണ് അത്രെ അവരുടെവിശ്വാസം.

9 789356 287457

Printed by Libri Plureos GmbH in Hamburg, Germany

Printed by Libri Plureos GmbH in Hamburg,
Germany

9 789358 191639

About the Author

Olivia Tak is a 17-year-old writer whose life is constantly marked by a multitude of changes. She finds the most room for introspection when she is saturating her day with music and within the company of her cat Guchu. She enjoys studying psychology, and aims to eventually grasp the functioning of the human psyche one day. She treasures the solace she finds only at night, in which she aggregated this book into one of the most precious pieces of writing she has ever done.

Feel free to reach out to her on:

Email olivia.tak.dubai@gmail.com

LinkedIn www.linkedin.com/in/olivia-tak-29b0a81bb

Instagram @foroliviaaa

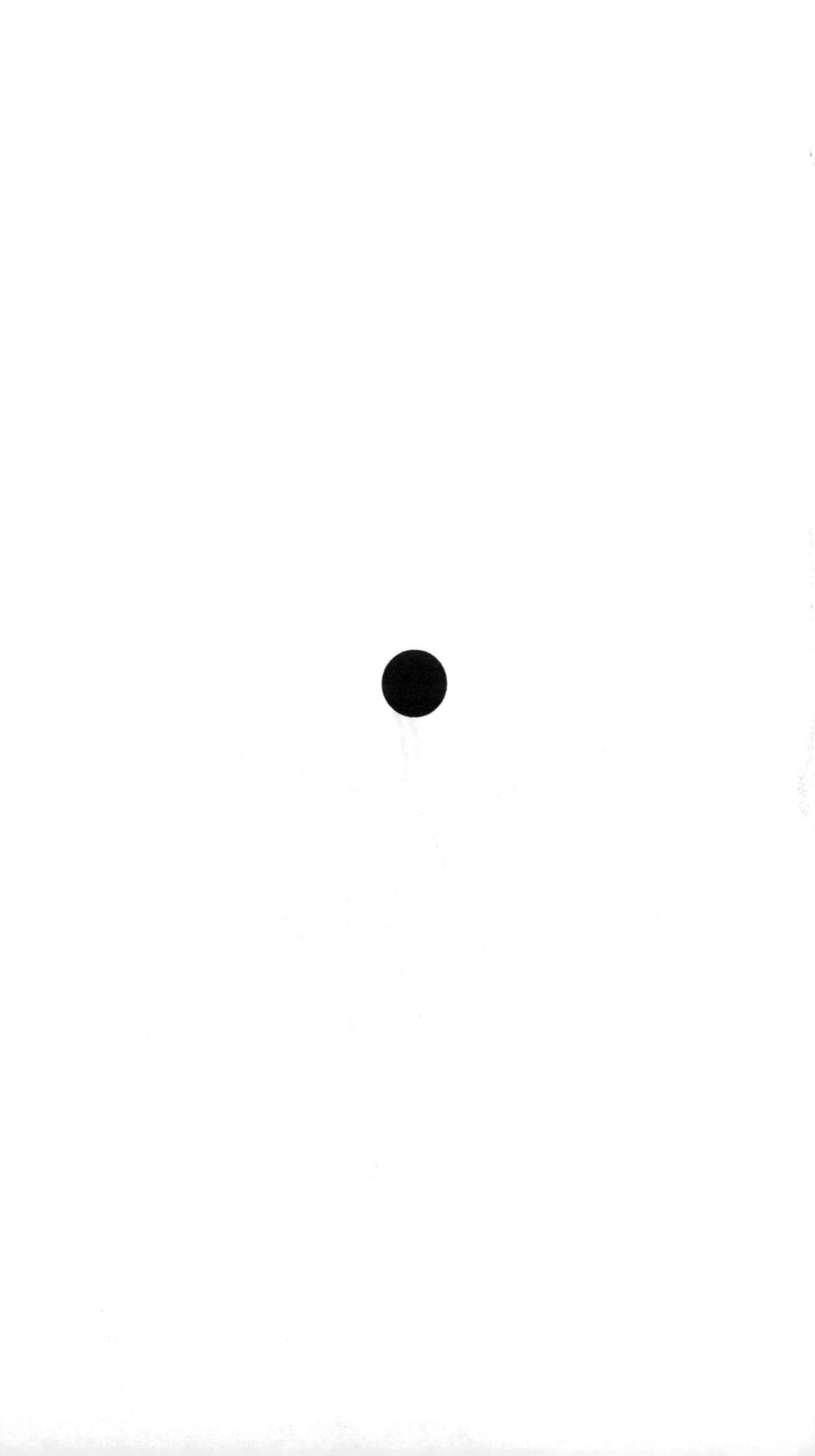

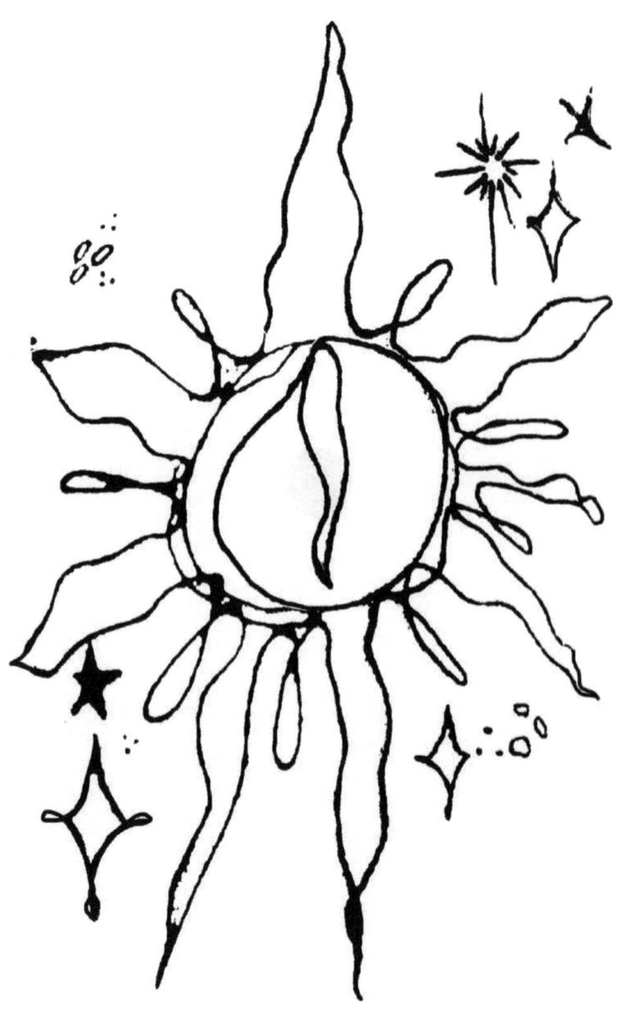

the light

is it really worth it?

the eternal question: if we die at the end of it all, what do we live for?

we live for the laughter;
we live for the shove;
we live for the pain;
we live for the love.

when all is in vain, and the weather is rough
neither does it matter because it's not still above –

the feelings we feel
to the trees that swing;
the birds we see,
and the winds we win.

life is worth living because after all:
the beauty that may come, may be the best of all.

33

never need

we arrive on earth with nothing, and we leave with nothing. yet still, the constant hunt for materialistic value has been underway throughout time.

the key to eternal bliss is to be so independent as to never need anything, so that nothing can hold you hostage; you are free from the bounds of temptation and relief.

attach ever to no strings, and watch yourself move on ever with ease.

32

eyes on the prize

streamline your focus to where you want to go. everything else is supposed to background noise.
your hunger should drive you.

you may have to sacrifice, and it may not be happy, but you must have made a decision to achieve regardeless.
and you will.

do not distract and
do not attract
what does not serve your purpose.

your unwavering can faze even the flimsiest of chances.

31

how to control everything

to control fate is to do something about it.

stop over-scrutinizing – it can send you down an infinite spiral of unrealised possibilities.

to control things is to control you: your mindset, your actions, your words, and your reactions.
as long as those are in check, you will stay unfazed until you allow yourself to be fazed.

it’s all a game of self-reliance and dependency; only you have yourself in this world. you pave your own way.
your future and success are *in your and only your able hands.*

30

don't believe in the belief more than believing in the reality

it is not one or the same.
the idealisation of something that is close to your heart is easy to fabricate in hopes of fulfilling a concealed need to possess it and retain.

believing in something only brings more beauty to life than not believing in anything at all, yes, but make sure to not let that belief itself blind your progress or well-being.
step back and assess – *"am i raising it on a pedestal?"*

see others for who they are with a clear and unbiased perspective to gain the clarity to detoxify your life.
breathe first, then believe.

29

the mistake of temporary satisfaction

in other words – procrastination.
to abide by a vicious cycle of instant gratification is to settle for the fixation of the instant present – *"now, now, and only now."*

we often do not realise the serious opportunity cost that arises from such an undemanding, but poor judgement. repetition of this depreciative habit will only lead to null, emptying failure.

contented people know it is necessary to be proactive with our judgment in efforts to consistently reach our final future – *"later, i will celebrate."*

adopt delayed gratification, and *see your future prosper.*

28

knowledge comes at a price

with knowledge, comes the great responsibility and obligation to do right by the privilege of possessing it.

alternatively, as precious as it may be, the knowledge we gain may also send us down an unsettling path of brutal truths and unattainable possibilities.
what do you do with so much oppurtunity in your mere hands?

this vast inheritance of knowledge that our collective ancestors have so sparsely passed down to us should not be overlooked, but rather treasured and used for the greater good.

learning is till penultimate.

27

metaphor: a blank canvas

we, humans, are blank canvases.
so impressionable and raw.

our experiences through life take the form of paint, each pattern and print defining our individuality layer by layer.

life's difficulties correspond to a faulty stroke or a mismatched shade.
one can't discard the entire composition that's underway because of that flaw; the artist must learn to paint around or over the spot to preserve the piece.

pigments and mediums that lay idle were never meant to be used, perhaps better suited for other canvases.

we are just blank canvases who are being thrown paints at, until we are finally art.

26

chaos is easy to silence with the right voices

amidst the regular cacophony of cluttering voices tumbling over each other, the loudest voice in the room is ours and the people we hold in high regard.

"you're the average of all the people who surround you."

by gathering individuals who align with our purpose, we pave a more agile road to our enlightenment.
the voices that crowd us shape us, mould us, make us.

fine-tune them to only and only hear song.

25

the next day after the next

you often find your life repetitive – the days seem monotonous and there is no end in sight.
the existential crisis: *what are we here for?*

within this fleeting moment, when purpose can no longer be forged and only our values console us, do we get to exert the strength to withstand our doubtful thoughts.
we must rise above the complexity of the infinity while we peace together our resolve.

and yes, it (life) is worth it.

look forward to what is now and next.
every day do better. everyday encore.

the tranformation

24

your happiness is your sadness

our treasured list of successes that we accumulate throughout life – *people, property, proficiency or money.* each acts as an addition to our happiness and each defines our prosperity.

yet, it is the same which has the ability to bring about the deepest dismay, because *value brings susceptibility.*
all that brings you joy is a threat, or a burden on your vulnerability.

losing what we value the most teaches us the lesson of impermanency.
however, you also cannot restrict yourself to monotony in fear of the extremes – we lose and we gain.

it is within this paradox that we *taste the fullest of human existence and reality.*

23

the 4 bases

a delicate equilibrium encompasses the fundamental foundations for an ideal relationship: *loyalty*, *honesty*, *love*, and *respect*.

loyalty: the virtue of allegiance
honesty: maintaining authenticity and credibility over time
love: centres around elemental adoration one has for the other individual
respect: the acknowledgement of the worth and dignity of the other individual

reflect on these ideals, and assess the connections you so dearly possess.
as each element is actualised, a step closer are your relationships towards fulfilment and potency.

22

to each their own

we often judge people based on what they are, who they're with, where they are, their successes and their failures.
the human tendency to compare and compete leads only to downfall.

what we don't realise is that everyone is their own being – *normal is not a thing.* therefore, there can never be a basis for comparison.

tolerance and celebration of difference are vital if we want to co-exist harmoniously and accurately measure the advancement of society.

find peace in the fact that you can never wholly replicate or understand someone else's journey.
aspire to do better personally from whence you solely came.

21

self-esteem

worthy yourself of your being.

interweave your strengths to assemble your confidence, and identify your weakness to eventually fill in the gaps.

your inner conviction cannot waver with others' opinions.
it is only you, and you alone that can continually see and appreciate who you are in all the glory and in all the flaws.

accept what you are, and what you are not.
seek to preserve and appreciate your beauty.

20

time is relative

time is not fixed, but rather personalised to your finite being. according to where you are, what you are doing, and who you are with, time alters to you, for you.

it requires evaluation of our choice between savouring the present and preparing for the future.

its significance lies not in it being extinct and limited, but rather in the immense opportunity it presents for efficiency.
it has the ability to gift us the fruits of the seeds we slowly intricately sow.

don't fill your time; your time should be filled, appropriately.

19

pulling through

the guarantee of success may not lie in hard work or in talent but surely lies in one's ability to tackle and pull through, no matter what.

life comprises inequity, and one may begin their journey at a distorted point on the start line due to inevitable circumstantial differences.
but, consequently, only those who manage to finish the marathon will win the race.

we must not ponder over obstacles, but rather their solutions, and understand that the navigation to our fate is within our hands.
the real test lies within trials and tribulations and only our tenacity will amount to triumphs.
hard work beats talent, putting us in utter control of our fate.

we must make it if we want to make it.

18

to lose yourself is to find who you are

when we revolve around societal expectations, carefully-constructed identities and perceived notions, our ever-long spiralling drops us into the abyss. keeping up with all these tasks and frontiers proves to be difficult and for so long we fight to remain intact.
finally, when we are failed, we initiate the healing process through which we hammer each nail and correct the crooked.

we go through perpetual pain and blinding dark, and that is what allows us to keep afloat and later triumph.
the lessons retained during that groot period are our most substantial.
do not fight it.
it is self-revolution.

17

everyone uses everyone

it is interesting to understand the intricate balance between taking and giving: not anyone's actions are truly selfless, no matter how honest their intentions may be.

one's desires – conscious and subconscious – determine their intent, pushing us to recognise that our energy and resources are merely finite.
we can only fulfil so many needs and wants, and that is why it is necessary to carefully choose who to take from, who to give to, what to take and what to give.

a thoughtful dynamic must be created to balance the interdependence within human connection and action, while everyone keeps using everyone.

the revelation

16

regret, regret

why, when a moment is bygone, do we brood over past decisions and the inevitable outcome they result in?

contemplating what's already been done, regret refers to the remorse of a missed opportunity or an incorrect action.

we need to find solace in knowing we made the best choice at a particular time, with the limited liberty and with the momentary knowledge we possessed. we cannot possibly relive the actuality of that time, and therefore we cannot fully comprehend the extent of our misstep.

let regret be a testament to our weakness, and let it catalyse growth and learning.

acknowledge the significance of opportunity and doing, until we learn not to regret but only propel trajectory.

15

things that get measured, get done

procrastination is the innate psychological fear of carrying out a task because of the assumed burden it may carry.

the most prominent approach to tackling procrastination is regular assessment of advancement.
check in on your work.

measure your progress and quantify the remains.
pose a reality check that you can logic into laying out a designed path to completion and success.

strive to stay ahead of yourself – measure and plan.

14

beggars can’t be choosers

in a world where choice is just an illusion, you still fight for it in order to retain your freedom and flexibility.

what is necessary to understand is that limited yet unlimited, expression and liberty come constrained.
where one meets the scarcity and reality of circumstance, one cannot desire until in a state to afford it.

when life is impeded by its inevitable constraints, one must spin creativity with resilience to bring about a palpable outcome.

it’s simple: if you’re not in a privileged-enough position to assert choice, *forge your own privilege* to keep choosing.

13

we are not who we are

we are not born with a core sense of personality.
there is no 'true' self.

essentially, we are a product of multiple experiences, an addition of various individuals, and a collection of multiple ideas.

the unforeseen stigma that society imposes on us – *'be who you are'* – is such a limitation to the idea of freedom and individuality.

the struggle of self-discovery ripples only by asking questions, and by attacking headfirst the core groundwork upon which you then build yourself.

be what you know.

12

don’t miss your blessing

we often underappreciate and overlook the scarce chances we so favourably receive.
hesitant by distraction and doubt, we remain unknowing of the boundless potential that lies within each opportunity.

awareness requires us to recognise these chances and make a choice to interweave our ability with our willingness to strive for the better.

each moment invites an amelioration of our senses, and we need to make sure not to pass on situations that will subsequently derive our growth.

everything will teach you something, even if insignificant.
grasp each chance and exceptionalise it till its last.

11

holding back

life is too short to restrict oneself.

speak your mind, carry your actions, accept your risks, and learn to leave.

for how long can one care about temporary external factors?
for how long will one follow the path society has made ideal?

if it's meant for you it will be.
you attract everything you truly want.

life is temporary and should be lived to the extent.
be wild and be content.

10

ponder

ponder over your ambition.
ponder over your motives – the way you think and why you think, how the world works, and why it works.

the more you can strengthen your thinking, the more you will learn to understand and navigate your surroundings.

refine your values and validate your perceptions.
this transparency will layer a clear film over the pixelated atmosphere we often find ourselves in.

aim to inquire and educate because, after all, *we humans are created solely to contemplate and reason our versatile existence.*

9

of confidence: under vs. over

although being underconfident plays an important role in self-evaluation and constructive criticism, it can also play a detrimental role in your overall progressive journey.
constantly second-guessing your abilities tricks your mind into thinking you are incapable.

the best have always arisen from the strongest willingness for success because they believe anything is possible.

achievement is almost always based on performance rather than expertise.
being overconfident allows you to channel yourself into the act of doing without worrying about factors that are out of your control.

what you explicitly portray will become your reality if you let it.
believe.

the conflict

8

ethics take you farther

although others may be succeeding and achieving with the aid of not-so-ethical methods, what is so valuable in the common world is just the ability to be fair and equitable.

it is necessary to possess a resolve to get ahead and do right by yourself.
ethics and morality will take you farther than deceit and trickery ever will.

people value integrity.
people do notice the values you possess, and networking your relationships becomes tenfold easier and more honest.

stick by your moral judgment through tough times, and your genuity will showcase itself never better to propel you to heights greater than before.

7

forgiveness

forgiveness works when both parties are ready to understand each other's position.
that position is either from a place of understanding the misunderstood intentions of the other or sympathizing with the mistakes they made.

contrastingly, the person at fault who is trying to justify their actions must reflect on the situation before getting defensive.
they must understand the need to put the other person's hurt feelings before their own need to explain.

once the respective realizations have been made by both parties, only then a state of forgiveness and amendment can be reached.

6

getting everywhere, but nowhere

how can one set and tread on a path without adequate knowledge of the destination?
looping yourself in circles shall get you null and only in a tangle of steps leading everywhere and nowhere.

figure out your vision and where you want to be.
only then will a path emerge from the density, and walking each step will enlighten your fate to futurise your presence in an esteemed world meant for your doing.

narrow your direction to *gain your clarity.*

5

no risk, no story

risk is the gateway to all things beautiful.

there is no achievement, there is no progress, there is no learning, there is no growth without taking a chance on your belief.
risk is the initial step into unfamiliar territory that has not yet been explored.

our world is made for inquiry and your purpose is to find.

if you don't find out, you will never know.
and in all honesty, *one would rather know than never know at all.*

4

the logic in beauty

one's sense of rationality and the actions that stem from it can hugely contrast with their purpose.

is there any sort of middle ground where our perspective of the world is majorly right or wrong?
does logic have to define everything?

maybe, maybe not.

but beauty exists multi-dimensionally.
live with logic and treat all with cognition, but often remember to take a back seat and practice the beautiful, and you shall experience like no other.

logic may not always mean beauty, but beauty will always mean logic.

3

the power of influence and nurture

a personality is fundamentally a compilation of experiences: memorable, terrible, ever-lasting, or only forgetting.

every thought, every word, every feeling, and every action of yours has been affected by the people you've spoken to and the things you have seen.
how subconscious.
we are not even aware that we are deriving every idea in our mind from pre-existing notions.

our exposure compiles up to form knowledge, leading then to each person's shaped individuality and core difference.
a personality is built through background.

2

fake it till you make it

is faking practical?
the answer to this: if there is no other way of achieving what you seek, then your only choice is to pretend to have already achieved it.

your actions and your fate will have no choice but to adapt to this new facade you portray.

repetition, consistency, and diligence lead to habit.
and habit is permanent; *you make your reality.*

1

mastering the mind

the mind is a powerful being and structure.
it can either make a person or break a person.

it acts as an obstacle for many by depriving and deceiving, or a gift to some by illuminating and impressing.

you need to learn to condition your thoughts to be on your advantageous side, and you will see ever no bounds.

with cognition, *your life is yours and yours truly and only.*

the darkness

Contents

of a mirror. I felt that my inner thoughts, revelations, and feelings that couldn't be expressed in words were now printed out in front of me. It felt surreal, every word written was well thought out and deliberated. I felt like I was one with the book; it is the clarity my mind craved and I believe that this book can be **'the starting point'** to kick-start your revelations.

The saying *"You know greatness when you see it."* was never as relevant as it is now. Olivia, I know you are destined for greatness, whenever you feel an inkling of doubt or have an obstacle in your path just pick up this book and remind yourself- *"to each their own"*. Stay true to yourself and embrace your unique path.

I will always have your back.

Love,
Gaurika Shukla